# ಕಿರಣ್ ಬೇಡಿ
## ಒಬ್ಬ ಅತ್ಯುತ್ತಮ ಪೊಲೀಸ್ ಅಧಿಕಾರಿಯ ಯಶೋಗಾಥೆ

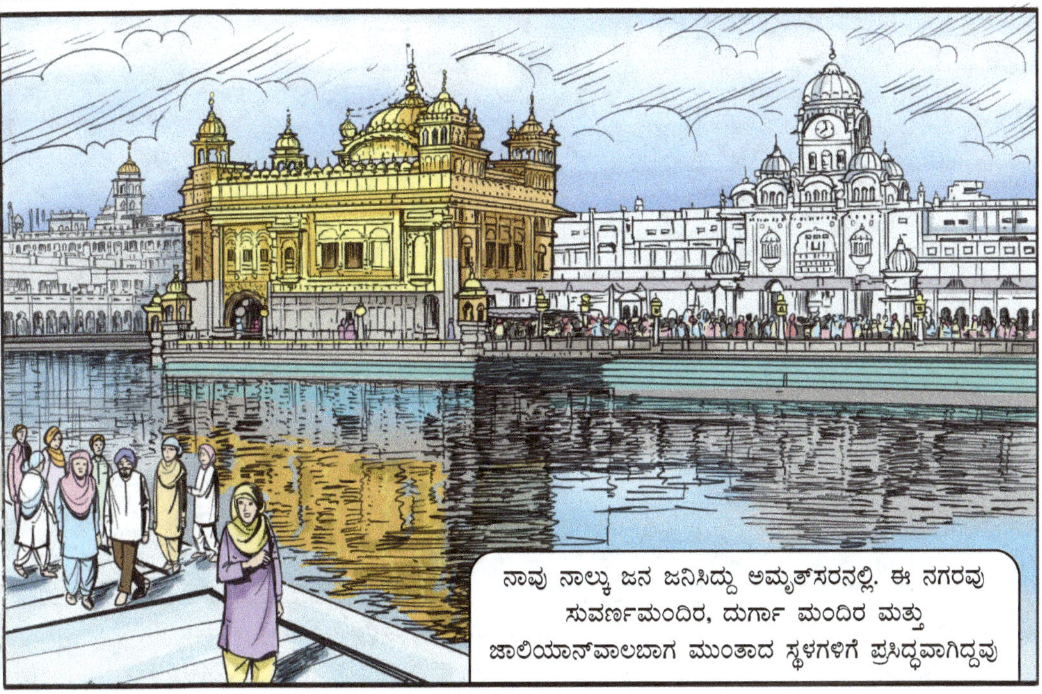

ಬಹಳ ಪ್ರೀತಿಯಿಂದ ನಾವು ಕಿರಣ್ ಆಕ್ಕ ಎಂದು ಕರಿಯುತ್ತಿದ್ದೆವು. ಆಕೆಯ ಬಾಲ್ಯವು ಮನೆಯ ಹೊರಗಿನ ಓಡಾಟ, ಆಟ–ಪಾಟ ಮತ್ತು ನಮ್ಮ ಜತೆಯಲ್ಲಿಯೇ ಸಂತೋಷದಿಂದ ಕಾಲ ಕಳೆಯುತ್ತಿದ್ದಳು. ನಾವೆಲ್ಲರೂ ಕೂಡಿ ಮುತ್ತೈನಿ ಬಂಗಲೆಯ ಹತ್ತಿರ ಆಡವಾಡುತ್ತಿದ್ದರು.

ಕಿರಣ್ ಮೊಟ್ಟ ಮೊದಲ ಮಹಿಳಾ ಐ.ಪಿ.ಎಸ್ ಅಧಿಕಾರಿಯಾಗಿ ಮತ್ತು ಒಬ್ಬ ಮಹಿಳೆ ನಿರ್ಭಯಸ್ತ ಹಾಗೂ ಕಾನೂನನ್ನು ಪರಿಪಾಲಿಸುವ ಪ್ರಮಾಣಿಕತೆಗೆ ಹೆಸರುವಾಸಿಯಾಗುವುದನ್ನು ನೋಡಲು ಸ್ವತಂತ್ರ ಭಾರತ ಕಾಯುತ್ತಿತ್ತು.

ನಮ್ಮ ಮುತ್ತಜ್ಜ ಒಬ್ಬ ಶ್ರೀಮಂತ ವ್ಯಾಪಾರಿಯಾಗಿದ್ದರು. 1860 ರಲ್ಲಿ ಪೇಶಾವರ್‌ನಿಂದ ಅಮೃತಸರಕ್ಕೆ ಬಂದರು. ಈಗ ಪೇಶಾವರ ಪಾಕಿಸ್ತಾನದಲ್ಲಿ ಬರುತ್ತದೆ. ಪೇಶಾವರಿಯಿಂದ ಬಂದ ಕಾರಣ ನಮ್ಮನ್ನು ಪೇಶಾವರಿಯಾ ಕುಟುಂಬದವರೆಂದು ಕರೆಯುತ್ತಾರೆ



ಲಾಲಾ ಹರಗೋವಿಂದ ಪೇಶಾವರಿಯೇ
ಮುನಿಲಾಲ ಪೇಶಾವರಿಯಾ ಮತ್ತು ಪ್ರೀತಮ ಕೌರ
ಕಿಶನ್‌ದಾಸ ಆರೋಡಾ ಮತ್ತು ಕೃಪಾಲ ಕೌರ,



ಲಾಲಾ ಹರಗೋವಿಂದ ಒಬ್ಬ ಸಂಪ್ರದಾಯಸ್ತ ವ್ಯಾಪಾರಿ. ಧರ್ಮ ಛತ್ರಗಳನ್ನು ಕಟ್ಟಿಸಿ, ಅದನ್ನು ಪೇಶಾವರಿಯಾ ಧರ್ಮಶಾಲೆ ಎಂದು ಕರೆಯುತ್ತಿದ್ದರು. ಉತ್ತರ ಭಾರತದ ಹಲವಾರು ನಗರಗಳಿಂದ ಬರುತ್ತಿದ್ದ ಯಾತ್ರಿಕರು ಅಲ್ಲಿ ನೆಲೆಸುತ್ತಿದ್ದರು.



ನಮ್ಮ ತಂದೆ ಪ್ರಕಾಶ್ ಲಾಲ್ ಮತ್ತು ತಾಯಿ ಪ್ರೇಮಲತಾ ಪೇಶಾವರಿಯಾ



ಪೇಶಾವರಿಯ ಧರ್ಮಶಾಲೆ



ಈ ಧರ್ಮಛತ್ರಗಳ ಖರ್ಚು-ವೆಚ್ಚಗಳು ಪೇಶಾವರಿಯ ಟ್ರಸ್ಟ್ ನೋಡಿಕೊಳ್ಳುತ್ತಿತ್ತು.

ನಮ್ಮ ಅಜ್ಜ ಶ್ರೀ ಮುನಿಲಾಲ ಪೇಶಾವರಿಯಾ ಹುಟ್ಟಿನಿಂದಲೂ ಅಮೃತ್‌ಸರನ ಒಬ್ಬ ಶ್ರೀಮಂತ ಹಾಗೂ ಪ್ರಭಾವಶಾಲಿ ವ್ಯಾಪಾರಿ. ಅವರು ನೆಲೆಸಿದ್ದ ನಗರದಲ್ಲಿ ಹಲವಾರು ಶ್ರೀಮಂತರು ಮತ್ತು ವ್ಯಾಪಾರದ ಉದ್ಯಮಗಳು ಇದ್ದವು.


SERVICE CLUB AMRITSAR


ಅವರು ಅಮೃತ್‌ಸರನಲ್ಲಿದ್ದ ಸಣ್ಣ ಕ್ಲಬ್ಬುಗಳ ಸದಸ್ಯರಾಗಿದ್ದರು. ಕ್ಲಬ್ಬುಗಳಿಗೆ ಹೋಗಲು ಅನುಮತಿ ನಾಲ್ಕು ಮಕ್ಕಳಲ್ಲಿ ಕೇವಲ ಒಬ್ಬರಿಗೆ ಪ್ರಕಾಶ (ನಮ್ಮ ತಂದೆ)ಗೆ ಕೊಟ್ಟಿದ್ದರು.


ಚನಗೆ ಶಾಲೆಗೆ ಹೋಗುವ ಮೂರು ಮಕ್ಕಳಿದ್ದರೆ ಎಂದು ಅವರು ಅರ್ಥಮಾಡಿಕೊಳ್ಳುವುದಿಲ್ಲ...


ಪ್ರಕಾಶ! ಈ ತಿಂಗಳ ಖರ್ಚು ವೆಚ್ಚಕ್ಕೆ ಈ ಹಣವನ್ನು ಉಪಯೋಗಿಸಿಕೊ


ಊಟ-ತಿಂಡಿ ಮತ್ತು ಕ್ಲಬ್‌ನ ಬಿಲ್ಲುಗಳನ್ನು ಪಾವತಿಸಲು ಬೇರೆಯೇ ಹಣವನ್ನು ಕೊಡುತ್ತಿದ್ದರಿಂದ ತಾನು ಕೊಟ್ಟ ಹಣ ಸಾಕಾಗುವುದು ಎನ್ನುವುದೇ ನಮ್ಮ ತಾತನ ತರ್ಕವಾಗಿತ್ತು


ಅವರು ಬಹಳಷ್ಟು ಓದಿದ್ದರು, ಅವರ ವರ್ತನೆ ಒಳ್ಳೆಯದಾಗಿರದೆ ಎಲ್ಲರ ಮೇಲು ಅಧಿಕಾರ ಚಾಲಿಸುತ್ತಿದ್ದರು. ಸ್ವಲ್ಪ ಹಣದಲ್ಲೇ ಎಲ್ಲಾ ಕೆಲಸಗಳು ಮತ್ತು ಮನೆಯ ಖರ್ಚು ಕಳೆಯುವುದೆಂದು ನನ್ನ ತಂದೆ ಈ ಮೊದಲೇ ತಿಳಿದುಕೊಂಡಿದ್ದರು.

ದೂರದೃಷ್ಟಿ ಇದ್ದ ಕಾರಣ ಪೋಷಕರು ನಮ್ಮನ್ನು ಸ್ಕ್ರೆಡ್ ಹಾರ್ಟ್ ಕಾನ್ವೆಂಟ್ ಶಾಲೆಗೆ ಕಳುಹಿಸಲು ನಿಶ್ಚಯಿಸಿದರು. ಆ ಶಾಲೆಯು ನಮ್ಮ ಮನೆಯಿಂದ 14 ಕಿ.ಮಿ. ದೂರವಿತ್ತು. ಆ ಶಾಲೆ ಸರ್ವೋತ್ತಮ ಮತ್ತು ದುಬಾರಿ ಎಂದು ಹೇಳುತ್ತಿದ್ದರು.
ನಾವು ಬೆಳೆಯುತ್ತ ಹೋದಂತೆ ಖರ್ಚು-ವೆಚ್ಚ ಹೆಚ್ಚಾಗುತ್ತಿದ್ದು ಶಾಲೆಯ ಶುಲ್ಕವನ್ನು ಕಟ್ಟಲು ಸಾಲುತ್ತಿರಲಿಲ್ಲ.
ಈ ಬಾರಿಯೂ ಕೂಡ ಶುಲ್ಕವನ್ನು ನಿಧಾನವಾಗಿ ಕಟ್ಟುತ್ತೀರ
ಸಿಸ್ಟರ್, ಖಂಡಿತ ಮುಂದಿನ ತಿಂಗಳು ನಾನು ಶುಲ್ಕವನ್ನು ಕಟ್ಟುತ್ತೇನೆ
ಖರ್ಚು-ವೆಚ್ಚ ಹೆಚ್ಚಾಗಿ ಒದ್ದಾಡುತ್ತಿದ್ದ ಅಪ್ಪನನ್ನು ನೋಡಿ ಅಜ್ಜ ಒಂದು ಮಾತನ್ನು ಹೇಳಿದರು
ಪ್ರಕಾಶ್ ನಮ್ಮ ಮನೆಯ ಪಕ್ಕದಲ್ಲೇ ಒಂದು ಉಚಿತ ಶಾಲೆ ಇದೆಯಲ್ಲ ನಿನ್ನ ಮಕ್ಕಳನ್ನು ಅಲ್ಲಿಗೆ ಏಕೆ ಕಳುಹಿಸುವುದಿಲ್ಲ? ಅವರ ಮದುವೆಯ ಸಲುವಾಗಿ ನಮ್ಮ ಬಳಿ ಸಾಕಷ್ಟು ಆಸ್ತಿ ಇದೆಯಲ.
ಅಪ್ಪ: ಇವರೆಗೂ ನನಗೆ ಸಂಬಂಧಿಸಿದ ಎಲ್ಲಾ ನಿರ್ಣಯಗಳನ್ನು ನೀವೇ ತೆಗೆದುಕೊಂಡಿದ್ದೀರ ಮತ್ತು ನಾನು ಅದನ್ನ ಒಪ್ಪುತ್ತೇನೆ. ಆದರೆ ನನ್ನ ಮಕ್ಕಳ ಬಗೆಗೆ ನೀವು ನಿರ್ಣಯ ಮಾಡಬೇಡಿ.
ಹಾಗಾದರೆ ಇನ್ನು ಮುಂದೆ ನಿನ್ನ ಖರ್ಚು ವೆಚ್ಚವನ್ನೆಲ್ಲ ನೀನೇ ನೋಡಿಕೋ, ನಾನು ನಿನಗೆ ಯಾವ ರೀತಿಯ ಆರ್ಥಿಕ ಸಹಾಯವನ್ನು ಮಾಡುವುದಿಲ್ಲ.
ಪ್ರೇಮ! ಜೀವನದಲ್ಲಿ ಮೊದಲ ಬಾರಿ ನಾನು ನನ್ನ ತಂದೆಯ ಮಾತುಗಳನ್ನು ಕೇಳದೆ ಧೈರ್ಯ ತೋರಿಸಿದೆ. ನನ್ನ ಹೆಣ್ಣು ಮಕ್ಕಳನ್ನು ಬೇರೆ ರೀತಿಯ ಬೆಳೆಸಬೇಕೆಂದುಕೊಂಡಿದ್ದೇನೆ.
ಏನೇ ಆಗಲಿ ನಮ್ಮ ಹೆಣ್ಣು ಮಕ್ಕಳ ಶಿಕ್ಷಣದ ವಿಷಯದಲ್ಲಿ ನಾನು ಯಾವ ಪ್ರಕಾರದ ರಾಜಿ ಮಾಡಿಕೊಳ್ಳುವುದಿಲ್ಲ ನನ್ನ ಮಕ್ಕಳು ದಾನಿಗಳಿಗಾಗಬೇಕೆ ಹೊರತು ಬೇಡುವರಾಗಬಾರದು.
ಆನಂತರ ನಮ್ಮ ತಂದೆ ಎಮೆ ಕಂಪನಿಯಲ್ಲಿ ಕೆಲಸ ಮಾಡುತ್ತಿದ್ದರು. ತಾಯಿ ಕಡೆಯ ಅಜ್ಜ-ಅಜ್ಜಿ ಶಾಲೆಯ ಶುಲ್ಕ ಕೊಡಲು ಪ್ರಾರಂಭಿಸಿದರು. ಕೆಲವು ವರ್ಷಗಳ ನಂತರ ತಂದೆ-ತಾಯಿಗೆ ಕುಟುಂಬದಿಂದ ಬಹು ದೊಡ್ಡ ಪಾಲು ಆಸ್ತಿ ದೊರೆಯಿತು.

ಚಿಕ್ಕವಯಸ್ಸಿನಲ್ಲಿಯೇ ಕಿರಣ್‌ನಲ್ಲಿದ್ದ ನೇತೃತ್ವದ ಗುಣಗಳು ಕಾಣುತ್ತಿತ್ತು. ಅವಳು ಕಷ್ಟಜೀವಿ ಮತ್ತು ಉತ್ಸಾಹಿತಳಾಗಿದ್ದಳು. ಆದ್ದರಿಂದ ವಿದ್ಯೆ ಮತ್ತು ಶಿಕ್ಷಕರು ಅವಳಿಗೆ ಪ್ರಿಯವಾಗುತ್ತಿದ್ದವು.



ದೇವರೆ! ನನಗೊಂದು ಸಹಾಯ ಮಾಡು ನನ್ನ ವಿಷಯದಲ್ಲಿ ತಂದೆ-ತಾಯಿಗೆ ಹೆಮ್ಮೆ ಪಡುವಂತೆ ಮಾಡು.



ಎಷ್ಟೇ ಬಿಸಿಲಿರಲಿ, ಮಳೆಯಿರಲಿ ನಮ್ಮಪ್ಪ ಸೈಕಲ್ ಮೇಲೆ ಕೂರಿಸಿಕೊಂಡು ಶಾಲೆಗೆ ಕರೆದುಕೊಂಡು ಹೋಗುತ್ತಿದ್ದರು. ನಮಗೆ ಒಳ್ಳೆಯ ಶಿಕ್ಷಣ, ಸವಲತ್ತುಗಳನ್ನು ಒದಗಿಸಿ ಕೊಡಲು ಅವರು ಎಷ್ಟು ಕಷ್ಟ-ತ್ಯಾಗ ಮಾಡುತ್ತಾ ಇದ್ದರು ಎಂಬುದು ಕಿರಣ್ ನಿಧಾನವಾಗಿ ಅರಿತುಕೊಂಡಳು.



ಇವರ ಬೆವರಿನ ಒಂದು ಹನಿ ಕೂಡ ನಷ್ಟವಾಗಲು ನಾನು ಬಿಡುವುದಿಲ್ಲ.

ಶಾಲೆ ಬಿಟ್ಟ ನಂತರ ಪ್ರತಿದಿನ ಟೆನಿಸ್ ಕ್ಲಬ್‌ಗೆ ಹೋಗಲು ಸವಾರಿಯನ್ನು ಹುಡುಕುತ್ತಿದ್ದವು. ಕ್ಲಬ್ ಸರಿಸುಮಾರು ಏಳು ಕಿಲೋಮೀಟರ್ ಇತ್ತು. ಯಾರೋ ಸ್ನೇಹಿತರ ಲಿಫ್ಟ್ ಪಡೆಯಲು ಅಥವಾ ಬಸ್ಸು ಹಿಡಿಯಲು ನಾವು ಅಕ್ಕತಂಗಿಯರು ಪ್ರಯಬಹಳ ಪ್ರಯಾಸ ಪಡುತ್ತಿದ್ದವು.
ನಾವು ಹಲವಾರು ಕೆಲಸಗಳನ್ನು ಒಂದೇ ಬಾರಿ ಮಾಡುವ ಕೌಶಲ್ಯಗಳನ್ನು ಕಲಿಯುವುದು ಅತ್ಯವಶ್ಯವಾಗಿತ್ತು. 24 ಗಂಟೆಗಳಲ್ಲೇ ನಾವು ಶಾಲೆಗೆ ಹೋಗಬೇಕಿತ್ತು, ಒಳ್ಳೆಯ ವಿದ್ಯಾರ್ಥಿಯಾಗ ಬೇಕಿತ್ತು, ಒಳ್ಳೆಯ ಸ್ಪರ್ಧಿಯಾಗಿ ಟೆನ್ನಿಸು ಸಹ ಆಡಬೇಕಿತ್ತು.
ಹೋಮ್‌ವರ್ಕ್ ಪೂರ್ಣವಾಗಿ ಮುಗಿಸಲು ಅಥವಾ ಟೆನಿಸ್ ಕೋರ್ಟ್‌ನಲ್ಲಿ ನಮ್ಮ ಸರತಿ ಬರುವವರೆಗೂ ಕಾಯಲು ಅಥವಾ ಮನೆಗೆ ಹಿಂದಿರುಗಿ ಬರುತಿರುವಾಗ ರೇಗಿಸುತಿರುವವರನ್ನು ಎದುರಿಸಿ ಬರುತಿದ್ದೆವು.
ನಾವು ಚಿಕ್ಕ ವಯಸ್ಸಿನಲ್ಲಿಯೇ ಗಟ್ಟಿಯಾಗಿ ಮತ್ತು ಆತ್ಮ ನಿರ್ಭರತೆಯನ್ನು ಕಲಿತೆವು. ನಮ್ಮನ್ನು ಬೆಳಸುವಾಗ ಯಾವುದೇ ರೀತಿಯ ಬಂಧನ ಹೇರಿರಲಿಲ್ಲ

ರಾತ್ರಿಯ ವೇಳೆ ಕೇವಲ ನಮ್ಮ ತಾಯಿ ಮಾಡಿದ ರುಚಿಯಾದ ಅಡುಗೆಯ ರುಚಿ ನೋಡಲು ಮಾತ್ರ ಊಟ ಮಾಡುತ್ತಿರಲಿಲ್ಲ.

ನಾವೆಲ್ಲರೂ ದಿನವಡೀ ಪರಸ್ಪರ ವಿಷಯಗಳನ್ನು ಹಂಚಿಕೊಂಡು ಆನಂದ ಪಡುತ್ತಿದ್ದೆವು.

ನವೆಲ್ಲರೂ ಸೇರಿ ಮನೆಕೆಲಸಗಳನ್ನು ಹಂಚಿಕೊಂಡ ಮಾಡುತ್ತಿದ್ದವು ಅದು ಗುಡಿಸುವುದೇ ಇರಲಿ ಅಥವಾ ವರಸುವುದೇ ಇರಲಿ

ಅಥವಾ ಅಪ್ಪನ ಮೋಟರ್ ಸೈಕಲ್ ಸ್ವಚ್ಛ ಮಾಡುವ ಕೆಲಸವಿರಲಿ.

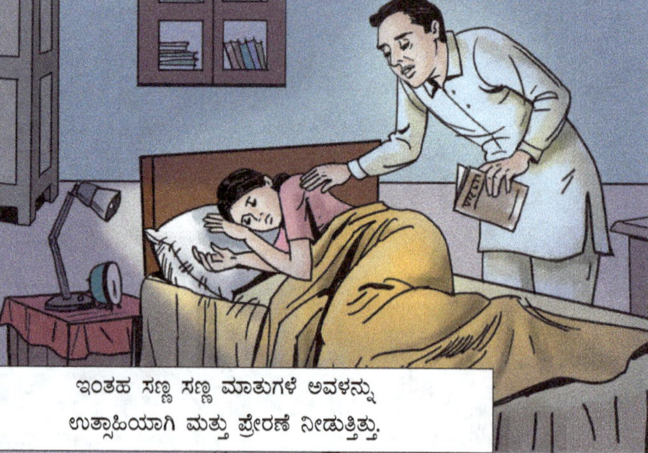
ಪೋಷಣೆಯು ಕೇವಲ ಊಟಕ್ಕೆ ಮಾತ್ರ ಸೀಮಿತವಾಗಿರಲಿಲ್ಲ. ಕೆಲವು ಬಾರಿ ದೀಪ ಆರಿಸಿದ ನಂತರವು ಅಪ್ಪ ನಮ್ಮನ್ನು ಎಬ್ಬಿಸಿ ಕೆಲವು ಪ್ರೇರಕ ವಿಚಾರಗಳನ್ನು ತಿಳಿಸುತ್ತಿದ್ದರು. ಅವರು ತಡ ರಾತ್ರಿಯ ವರೆಗೂ ಪುಸ್ತಕವನ್ನು ಓದುತ್ತಿದ್ದು ಕಿರಣ್‌ಗೆ ಇಗಲೂ ಸಹ ನೆನಪಿದೆ.

ಇಂತಹ ಸಣ್ಣ ಸಣ್ಣ ಮಾತುಗಳೆ ಅವಳನ್ನು ಉತ್ಸಾಹಿಯಾಗಿ ಮತ್ತು ಪ್ರೇರಣೆ ನೀಡುತ್ತಿತ್ತು.

ಇನ್ನೊಬ್ಬರಿಗೆ ಸಹಾಯ ಮಾಡಬೇಕಾದರೆ ಮೊದಲು ತಾನು ಪ್ರಭಾವಶಾಲಿಯಾಗಿ ಅಧಿಕಾರವನ್ನು ಹೊಂದಿರಬೇಕೆಂದು ಕಿರಣ್ ಅತಿ ಚಿಕ್ಕ ವಯಸ್ಸಿನಲ್ಲಿ ತಿಳಿದುಕೊಂಡಿದ್ದಳು. ನೋಡಿ ಅಣ್ಣ ನನ್ನ ಗಂಡ ಯಾವ ಅಪರಾಧವೂ ಮಾಡಿಲ್ಲ ಅವರನ್ನು ನೀವೇ ಕಾಪಾಡಿ

ಅಣ್ಣ! ನನ್ನ ಗಂಡ ನಿರ್ದೋಷಿ ದಯಮಾಡಿ ಅವರನ್ನು ಕಾಪಾಡಿ

ತಮ್ಮ ತಂದೆ ಆ ಸ್ಥಳದ/ಏರಿಯಾದ ಅಧಿಕಾರಿಗೆ ಕರೆ ಮಾಡುತ್ತಿರುವುದನ್ನು ಕಿರಣ್ ನೋಡುತ್ತಿದ್ದಳು.

ಅಧಿಕಾರಿಗಳೆ! ಈ ವ್ಯಕ್ತಿ ನಿರ್ದೋಷಿ ದಯಮಾಡಿ ಅವನಿಗೆ ಯಾವ ರೀತಿ ಅನ್ಯಾಯವಾಗದಂತೆ ಮಾಡಿರಿ.

ದೇವರೆ! ಕಷ್ಟಗಳಲ್ಲಿ ಸಿಲಿಕಿರುವ ಜನರಿಗೆ ಸಹಾಯ ಮಾಡಲು ನನ್ನನ್ನು ಇದೇ ರೀತಿ ಪ್ರಭಾವಶಾಲಿಯನ್ನಾಗಿ ಮಾಡು.

ಕೆಲಸ ಆಯಿತು ಸಂಜೆಯ ಆಗುತ್ತಿದ್ದಂತೆ ಆ ಹೆಂಗಸಿನ ಗಂಡ ಹಿಂದಿರುಗಿ ಮನೆಗೆ ಬಂದ.

ನಮ್ಮ ಮೇಲೆ ಪ್ರಭಾವ ಬೀರಿದ್ದ ಘಟನೆಗಳೆಂದರೆ ಹಲವಾರು ಮದುವೆ ಸಮಾರಂಭಗಳು. ಅಪ್ಪ ಇಷ್ಟೊಂದು ಆಡಂಬರದ ಪ್ರದರ್ಶನವನ್ನು ಏಕೆಯಿದೆ. ಎಲ್ಲಾ ಕಡೆಯಲ್ಲಿ ಬೆಲೆಬಾಳುವ ವಸ್ತುಗಳನ್ನು ಏಕೆ ಇಟ್ಟಿದ್ದಾರೆ ಆಗ ಅಪ್ಪ ಈ ಸಾಮಾನುಗಳನ್ನು ವರದಕ್ಷಿಣೆಯ ರೂಪದಲ್ಲಿ ವರನ ಕುಟುಂಬದವರು ಕೇಳಿದ್ದರಿಂದ ಕೊಟ್ಟಿರುವರು.

ಅಪ್ಪ ಎಲ್ಲಾ ಹುಡುಗಿಯರ
ವಿವಾಹವನ್ನು ಹೀಗೆ ಸಾಮಾನುಗಳನ್ನು
ನೀಡಿಯೇ ಮಾಡುತ್ತಾರ?
ಹೌದು ಮಗು, ವಧುವಿನ
ಕಡೆಯವರು ಬೇರೆ ದಾರಿಯಿಲ್ಲದೆ
ವರಪಕ್ಷದವರು ಕೇಳಿದ ಎಲ್ಲಾ ವಸ್ತುಗಳನ್ನು ನೀಡಬೇಕಾಗುತ್ತದೆ.
ಇದನ್ನೆಲ್ಲಾ ಪ್ರಶ್ನೆ ಮಾಡುವ ಧೈರ್ಯ
ಸಹ ಅವರಿಗೆ ಇರುವುದಿಲ್ಲ.
ಅಮ್ಮ ನಮ್ಮನು ಮನೆಗೆ
ಕರೆದುಕೊಂಡು ಹೋಗಿ, ನಮಗಿಲ್ಲಿ ಯಾವುದು
ಇಷ್ಟವಾಗುತ್ತಿಲ್ಲ ಇಲ್ಲಿ ಊಟ
ಮಾಡಲು ಕೂಡ ಇಷ್ಟವಾಗುತ್ತಿಲ್ಲ
ಇಷ್ಟವಾಗುತ್ತಿಲ್ಲ
ಆ ರಾತ್ರಿ ಕಿರಣ್‌ಗೆ ನಿದ್ದೆಯೇ ಬರಲಿಲ್ಲ ತನ್ನ ಭವಿಷ್ಯದಲ್ಲಿಯೂ ಹೀಗೆ ನಡೆಯಬಹುದೆಂದು ಅವಳು ಚಿಂತಿಸುತ್ತಿದ್ದಳು. ಏಕೆಂದರೆ ಅವಳು ಕೂಡ ಒಂದು ಹೆಣ್ಣು.
ಮಲಗಿ ನಿದ್ದೆ ಮಾಡು ಕಿನ್ನಿ!
ಚಿಂತಿಸಬೇಡ ಇವೆಲ್ಲಾ ನಿನಗಾಗಲಿ ಅಥವಾ ನಿನ್ನ
ತಂಗಿಯರಿಗಾಗಲಿ ಆಗುವುದಿಲ್ಲ. ನಿಮ್ಮೆಲ್ಲರನ್ನು ಬೇರೆ
ರೀತಿಯಲ್ಲೇ ಬೆಳಸುತ್ತಿದ್ದೇವೆ. ನೀವು ಕೊಡುಗೈ
ದಾನಿಯಾಗುವಿರೇ ಹೊರತು ಬೇಡುವವರಲ್ಲ
ಕೇಳುವರು ಇಲ್ಲ.

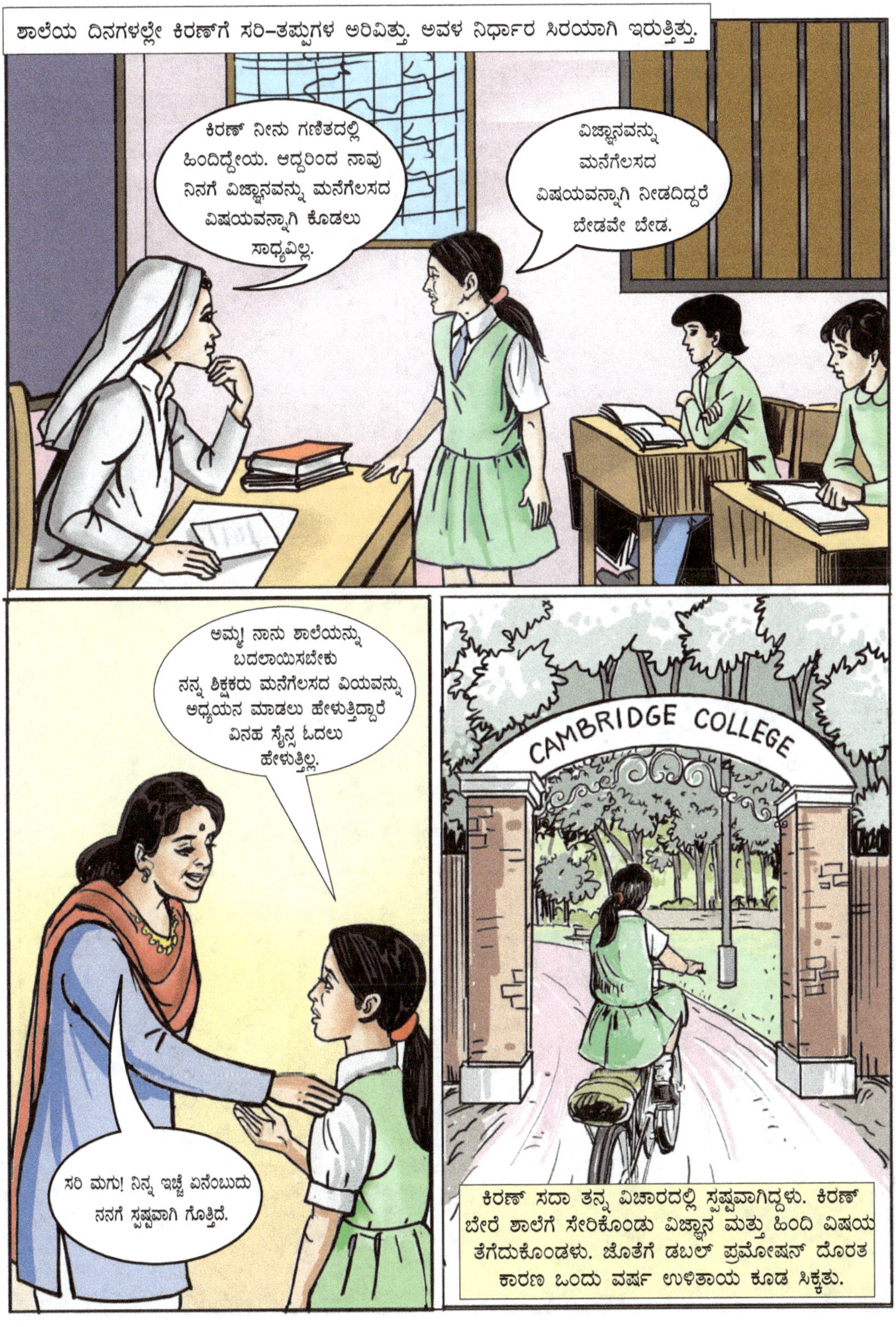

ಕಿರಣ್ ಸದಾ ತನ್ನ ವಿಚಾರದಲ್ಲಿ ಸ್ಪಷ್ಟವಾಗಿದ್ದಳು. ಕಿರಣ್ ಬೇರೆ ಶಾಲೆಗೆ ಸೇರಿಕೊಂಡು ವಿಜ್ಞಾನ ಮತ್ತು ಹಿಂದಿ ವಿಷಯ ತೆಗೆದುಕೊಂಡಳು. ಜೊತೆಗೆ ಡಬಲ್ ಪ್ರಮೋಷನ್ ದೊರತ ಕಾರಣ ಒಂದು ವರ್ಷ ಉಳಿತಾಯ ಕೂಡ ಸಿಕ್ಕಿತು.

ಒಚಿದು ದಿನ ಟೆನಿಸ್ ಆಡುತ್ತಾ ಇರುವಾಗ ಉದ್ದಕೂದಲುಗಳು ಬಹಳಷ್ಟು ತೊಂದರೆ ಕೊಡುತ್ತಿದೆ ಎಂದು ಅವಳಿಗೆ ಅನ್ನಿಸಿತು. ಬೇಸಿಗೆ ಕಾಲದಲ್ಲಿ ಇನ್ನೂ ಹೆಚ್ಚು ತೊಂದರೆ ಕೊಡುತ್ತಿತ್ತು. ಕಿರಣ್ ವ್ಯಾವಹಾರಿಕ ಬುದ್ಧಿವಂತಳಾಗಿದ್ದಳು.
ಸದಾ ಕಣ್ಣಮೇಲೆ ಬರುತ್ತಿದ್ದ ಕೂದಲನ್ನು ಕತ್ತರಿಸುವ ಇಚ ಜ ಅವದ್ದಾಗಿತ್ತು.
ಆದ್ದರಿಂದ ಅಮ್ಮನ ಬಳಿ ಹೋಗಿ ಕೂದಲನ್ನು ಕತ್ತರಿಸಿಕೊಳ್ಳಲು ಅನುಮತಿ ಕೇಳಿದಳು. ಪ್ರತಿದಿನ ಅಮ್ಮ ನಿಮ್ಮ ಜತೆ ಟೆನಿಸ್ ಕೋರ್ಟ್‌ಗೆ ಬರುತ್ತಿದ್ದರು.
ಅಮ್ಮ ನಾನು ಕೂದಲುಗಳನ್ನು ಕತ್ತರಿಸಿಕೊಳ್ಳಲ್ಲಾ, ಇದರಿಂದ ನನಗೆ ತುಂಬಾ ತೊಂದರೆ ಆಗುತ್ತಿದೆ.
ಸರಿ ಮೊಗು ನಿನ್ನ ಇಷ್ಟದಂತೆ ಮಾಡಿಕೊ


DOGRA
Hair Dresser AMRITSAR
ಕಿರಣ್ ರಸ್ತೆ ದಾಟಿ ತನ್ನಪ್ಪ ಹೋಗುತ್ತಿದ್ದ ಡೋಗ್ರ ಹೇರ್ ಡ್ರೆಸರ್‌ಗೆ ಹೋಗಿ ಕುದಲನ್ನು ಕತ್ತರಿಸಲು ಹೇಳಿದಳು.
ಡೋಗ್ರ ತಮಗೆ ಗೊತ್ತಿದ್ದ ರೀತಿಯಲಿ ಕೂದಲನ್ನು ಕತ್ತರಿಸಿದರು ಅದೇ ಬಾಯ್ ಕಟ್.


ಪ್ಯಾಂಟ್ ಧರಿಸಿದ ಕಿರಣ್ ನೋಡಲು ಗಂಡು ಹುಡುಗನಂತೆ ಕಾಣುತ್ತಿದ್ದಳು. ಹುಡುಗಿಯರು ಕಷ್ಟದಲ್ಲಿ ಸಿಲುಕಿದಾಗ ಅವಳು ಹುಡುಗನಂತೆ ಇದ್ದ ಕಾರಣ ಅವರು ಕಷ್ಟಗಳಿಂದ ಪಾರಾಗುತ್ತಿದ್ದರು.
ಅರೇ ನೀನು ಹುಡುಗನಾ ಅಥವಾ ಹುಡುಗಿಯ?
ನಿನ್ನದು ಕಣ್ಣುಗಳೆ ಅಥವಾ ಬಟನ್‌ಗಳೆ

ಲಿಂಗ ಭೇದ ಮತ್ತು ಅಧಿಕಾರದ ಕಾರಣಗಳಿಂದ ಆಗುತ್ತಿದ್ದ ಪಕ್ಷಪಾತಗಳನ್ನು ಕಿರಣ್ ಎಂದೂ ಸಹಿಸುತ್ತಿರಲಿಲ್ಲ. ಇದೇ ಕಾರಣದಿಂದ ಸಕ್ರೇಟರಿ ಕಚೇರಿಯಲ್ಲಿ ರೈಲು ಟಿಕೇಟನ್ನು ಪಡೆಯಲು ಎಷ್ಟೋ ಗಂಟೆಗಟ್ಟಲೇ ಕಾಯುತ್ತಿದ್ದುದು ಆಕೆಗೆ ಇಗಲೂ ಚನ್ನಾಗಿ ನೆನಪಿದೆ.

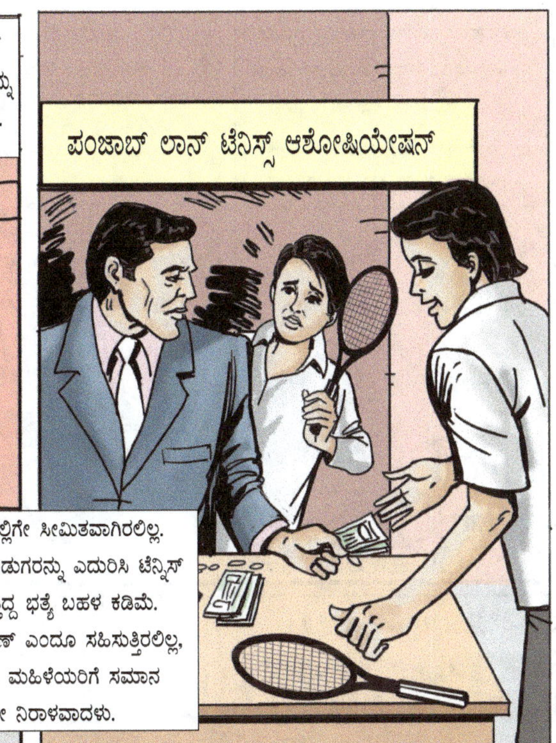

ಈ ರೀತಿಯ ಪ್ರಕ್ಷಪಾತ ಅಲ್ಲಿಗೇ ಸೀಮಿತವಾಗಿರಲಿಲ್ಲ. ಹೆಣ್ಣಾಗಿ ಹುಟ್ಟಿದ್ದ ಕಾರಣ ಹುಡುಗರನ್ನು ಎದುರಿಸಿ ಟೆನ್ನಿಸ್ ಮ್ಯಾಚ್ ಆಡಲು ನೀಡುತ್ತಿದ್ದ ಭತ್ಯೆ ಬಹಳ ಕಡಿಮೆ. ಇಂತಹ ಅನ್ಯಾಯವನ್ನು ಕಿರಣ್ ಎಂದೂ ಸಹಿಸುತ್ತಿರಲಿಲ್ಲ, ಇದನ್ನು ವಿರೋಧಿಸಿದಳು. ಮಹಿಳೆಯರಿಗೆ ಸಮಾನ ಭತ್ಯವನ್ನು ಕೊಡಿಸೇ ನಿರಾಳವಾದಳು.

ಆಕೆಯ ಸಮವಯಸ್ಕ ಹುಡುಗಿಯರು ಸಾಮಾಜಿಕ ವ್ಯವಸ್ಥೆಯೊಳಗೆ ತೂರಿಕೊಳ್ಳಲು ತಯಾರಿ ನಡೆಸುತ್ತಿದ್ದು ಮದುವೆ ಮುಂತಾದ ವಿಚಾರಗಳ ಬಗೆಗೆ ಯೋಚಿಸುತ್ತಿದ್ದರೆ. ಇತ್ತ ಕಿರಣ್ ಸ್ವತಃ ಭವಿಷ್ಯವನ್ನು ರೂಪಿಸಿಕೊಳ್ಳಲು ತಯಾರಿ ನಡೆಸುತ್ತಿದ್ದಳು. ತನೂ, ಆಲ್ರೌಂಡರ್ ಅನ್ನಿಸಿಕೊಳ್ಳಬೇಕೆಂದು ಇಟ್ಟಿಸಿದಳು, ಕೊನೆಗೆ ಅದನ್ನೇ ಸಾಧಿಸಿದಳು.

1965ರಲ್ಲಿ ಭಾರತ ಮತ್ತು ಪಾಕಿಸ್ತಾನ ಯುದ್ಧ ನಡೆಯುತ್ತಿದ್ದ ಸಂದರ್ಭದಲ್ಲಿ ರಕ್ತದಾನ ಮಾಡಿ ಹಾಗೂ ಆಸ್ಪತ್ರೆಗಳಲ್ಲಿ ಸ್ವಯಂ ಸೇವಕಿಯಾಗಿ ಸೇವೆಯನ್ನು ಕೂಡ ಮಾಡಿದರು.


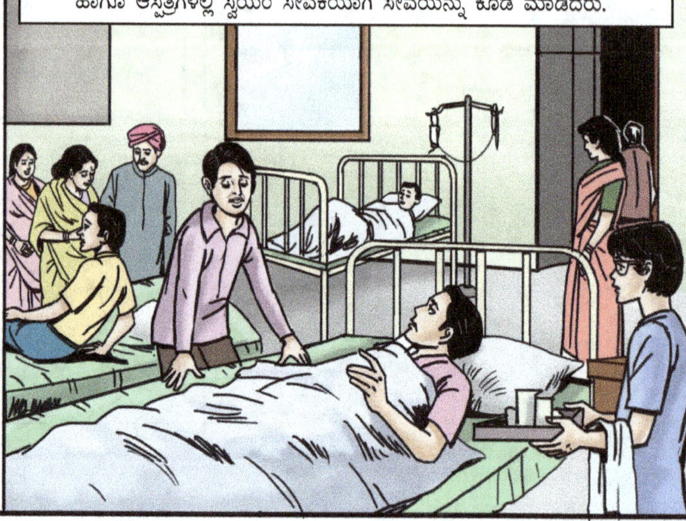

ಡಿಬೆಟಿಂಗ್ ಸೊಸೈಟಿ
ಚರ್ಚಾ ಸೊಸೈಟಿ ವಾದ–ವಿವಾದ ಮತ್ತು ಭಾಷಣ ಮಾಡುವ ಸ್ಪರ್ಧೆಗಳಲ್ಲಿ ಗೆದ್ದರು

ಕಿರಣ್ ವಿದ್ಯಾರ್ಥಿ ಸಂಘಟನೆಯ ಪ್ರತಿನಿಧಿ ಆದಳು
STUDENT COUNCIL

ಹಲವಾರು ಅತ್ಲೆಟಿಕ್ಸ್‌ಗಳಲ್ಲೂ ಕೂಡ ಭಾಗವಹಿಸಿದಳು.
ಅತ್ಲೆಟಿಕ್ ಸೊಸೈಟಿ

ಅವಳು ಹಲವಾರು ಆಟಗಳಲ್ಲಿ ಪದಕ ಮತ್ತು ಟ್ರೋಫಿಗಳನ್ನು ಸಹ ಗೆದ್ದಳು

ನ್ಯಾಷನ್ ಕ್ರೆಡಿಟ್ ಕಾಪ್ (ಎನ್.ಸಿ.ಸಿ.)ಬೆಸ್ಟ್ ಕ್ರೆಡಿಟ್ ಪುರಸ್ಕಾರಕ್ಕೆ ಆಯ್ಕೆಯಾದಳು

ಕಾಲೇಜಿನ ನಾಟಕ ಮುಂತಾದವುಗಳಲ್ಲಿ ಸಹ ಭಾಗವಹಿಸಿದಳು

ಕಾಲೇಜಿನಲ್ಲಿ ಶ್ರೇಷ್ಠ ಆಲ್‌ರೌಂಡರ್ ಟ್ರೋಫಿ ಕೂಡ ಗೆದ್ದಳು.

ಕಿರಣ್ ಕಾಲಿಟ್ಟ ಎಲ್ಲಾ ಕ್ಷೇತ್ರಗಳಲ್ಲೂ ಜಯಗಳಿಸುತ್ತಿದ್ದಳು.

*A.-I. GIRLS' LAWN TENNIS* 1967.

# Miss Kiran Peshawria Wins Singles Title

### From Our Correspondent

AMRITSAR, Feb. 4 — Carmichael (Australia) and Elsenbroich (Germany) today entered the singles final of the Punjab Lawn Tennis Championships beating Orlander (Sweden No. 2) and Mabrouk Ali (UAR) 6|3, 6|8, 6|4, 6|3 and 6|4, 6|4, 6|4, 9|7, respectively.

Miss Kiran Peshawria won the singles final of the All-India National Girls' Lawn Tennis Championships beating Miss Shobha Pawar 6|2, 6|3. Incidentally, it was wrongly reported in yesterday's results that Miss Kiran Peshawria had beaten Miss Rita Surayya. Actually, Miss Surayya beat Miss Peshawria 5|7, 6|4, 7|5 in the women's singles semi-finals.

The following are the results:

Men's Singles: Carmichael b Orlander 6|3, 6|8, 6|4, 6|3; Elsenbroich b Mabrouk Ali 6|4, 6|4, 9|7.

Men's Doubles (semi-finals): Balram Singh and G. Misra b Akbari and Namati 6|3, 6|2; Carmichael and Mabrouk Ali versus Vinay Dhawan and Shyam Minotra unfinished with one set all and 5|5 in the third set.

Boys' Juniors (over 14) singles (semi-finals): G. Misra b Om Prakash 6|2, 12|10; Nemati b Narendra Singh 3|?, ?|6.

Boys' Juniors Doubles (Semi-finals): Narendra Singh and Misra b Mukherji and Nemati 6|3, 3|6, 6|3; Ranade and S. Menon b Om Prakash and Vijay Dhawan 6|3, 6|0.

Boys' Juniors (under 14) semi-finals): B. K. Goswami b Jasbir Singh 6|3, 6|0; Pawan Bhatia b Kishen Verma.

Girls' Singles (Final): Miss Kiran Peshawria b Miss Shobha Pawar 6|2, 6|3.

Mixed Doubles (Semi-finals): Miss Kiran Peshawria and Balram Singh b Mrs. P. Gupta and Elsenbroich 6|2, 6|3.

DECCAN HERALD, Wednesday, December 31, 1969

# Punjab girls retain Varsity Tennis title

BANGALORE, December 30.

PLAYING scintillating Tennis Kiran Peshwaria, skipper of Punjab, helped her team retain the title which they won last year at Waltair by claiming the last reverse singles against Udaya Kumar after her sister Rita Peshwaria had made short work of Jayanthi in the first singles in the All-India Inter-University Tennis Tournament final for women at the Mahila Seva Samaj courts this morning. Punjab won 3-2.

With the scores at 2-all all interest was focussed on the Kiran vs. skipper Udaya Kumar tie and rightly so for it turned out to be the best and most thrilling match of the day.

True to expectations, a high standard of tennis was dished up to the spectators with 19-year-old Kiran Peshwaria, winner of the National junior title in 1967, Rajasthan and Haryana State titles in 1968 and brand new champion of the recently concluded Delhi Championships, being the cynosure of all eyes present.

Playing remorseless tennis Kiran took the first set at 6-2 in 20 minutes capitalising on the innumerable mistakes committed by Udaya who shone only in patches. It was only in the eighth game that Udaya's great fighting qualities were revealed when she fully extended her rival before losing the game. Despite having the service advantage she trailed love-30 but levelled up at 30-all and then lost the game after deuce was called twice. She lost a game point also.

Udaya played with a vengeance for the day for thereafter Kiran was at her brilliant best and won the next two holding her own service game and breaking Udaya's in the 12th after the latter had saved two more match points. This set lasted 30 minutes.

Well as Udaya played she certainly suffered comparison with her far too superior rival. Kiran was certainly in a class by herself. It was a triumph for her superior court-craft, terrific service, wonderful retrieving power. Over and above all, her aggressive approach to the game had a fitting reward in the end. She was never afraid to rush to the net whenever an opportunity presented itself.

Though Udaya lost she delighted the home crowd with some splendid passing and cross-court shots which left Kiran standing many a time. However the main cause of her defeat was the number of double faults committed by her.

In the first reverse singles Rita Peshwaria met with some resistance in the first set which she won at 6-4 but claimed the next dropping only two games at 6-2.

MORE SPORTS NEWS ON PAGE 10

Kiran Peshawaria, skipper of the victorious Punjab team receiving the trophy from Mr. J. B. Mallaradhya, President of the Mysore State Sports Council, at the end of the All-India Inter-University Tennis Tourney final at the Mahila Seva Samaj courts on Tuesday morning.

(10) THE SUNDAY TRIBUNE, DECEMBER 14, 1969

# Kiran Peshawaria Whips Yugoslav Girl To Win Title

NEW DELHI, Dec. 13 (UNI, PTI)—Top-seeded Kiran Peshawaria, of Punjab, won the women's singles title in the Delhi State Lawn Tennis Championships when she whipped Irena Skaja, of Yugoslavia, 7-5 6-4 here today.

ಇಷ್ಟೆಲ್ಲಾ ಸಾಧಿಸಲು ಸಾಧ್ಯವಾದ್ದು ನ್ಯಾಷನಲ್ ಕೋಚಿಂಗ್ ಕ್ಯಾಂಪಸ್ಸ್‌ನಿಂದ. ಅದೇ ಅವಳ ಮುಂದಿನ ದಾರಿದೀಪವಾಯಿತು.

ಸದಾ ಶುಭ್ರವಾದ ಬಿಳಿ ಶರ್ಟ್ ಮತ್ತು ನಿಕ್ಕರ್‌ನಲ್ಲೇ ಟೆನ್ನಿಸ್ ಮ್ಯಾಚ್‌ನಲ್ಲಿ ಭಾಗವಹಿಸುತ್ತಿದ್ದೆವು ಆದ್ದರಿಂದ ಜನರು ನಮಗೆ ತಮಾಷೆಯಾದ ಬಿರುದನ್ನು ನೀಡಿದರು    ಅದೇ 'ಪಂಜಾಬ್ ಬ್ರದರ್ಸ್'.

ಶಬಾಸ್ ಪಂಜಾಬ್ ಬ್ರದರ್ಸ್
ದಿ ಪಂಜಾಬ್ ಬ್ರದರ್ಸ್ ನಿಂದ ಇಡೀ ಪ್ರಾಂತ್ಯವೇ ಹೆಮ್ಮೆ ಮತ್ತು ಸಂತೋಷ ಪಡಲು ಕಾರಣವಾಯಿತು.
ಆಲ್ ಇಂಡಿಯಾ ಅಂತರ ವಿಶ್ವವಿದ್ಯಾಲಯದ ಮಹಿಳಾ ಟೆನ್ನಿಸ್ ಆಟದಲ್ಲಿ ಸತತವಾಗಿ ಮೂರು ಬಾರಿ ಟ್ರೋಫಿಗಳನ್ನು ಗೆದ್ದರು. ಮೊದಲು 1967ರಲ್ಲಿ ವಿಶಾಖಪಟಣ್ಣದಲ್ಲಿ ನಂತರ 1968ರಲ್ಲಿ ಬೆಂಗಳೂರಿನಲ್ಲಿ ಕೊನೆಗೆ 1970ರಲ್ಲಿ ಜಬ್ಬಲ್‌ಪುರದಲ್ಲಿ ಆಡಿ ಗೆದ್ದರು

ಇದು ಆಕಾಶವಾಣಿ ಇಂದಿನ ಕ್ರೀಡಾ ಸಮಾಚಾರದಲ್ಲಿ ಪ್ರತಿವರ್ಷದಂತೆ ಈ ವರ್ಷವೂ ಪಂಜಾಬ್ ಯುನಿವರ್ಸಿಟಿಯ ಕ್ರೀಡಾಪಟುಗಳು ಟೆನ್ನಿಸ್ ಪ್ರಶಸ್ತಿಯನ್ನು ತಮ್ಮ ಬಳಿಯೇ ಖಾಯಂ ಆಗಿ ಇಟ್ಟುಕೊಂಡಿದ್ದಾರೆ. ಪೇಶಾವರಿಯಾ ಬ್ರದರ್ಸ್ ಕರ್ನಾಟಕ ಯುನಿವರ್ಸಿಟಿ ಅವರನ್ನು ಒಂದು ಅಂಕದಿಂದ ಸೋಲಿಸಿತು.
ತಂದೆ–ತಾಯಿ ಇಬ್ಬರಿಗೂ ಕೇವಲ ರೇಡಿಯೋದಿಂದ ಮಾತ್ರ ಸಮಾಚಾರ ಕೇಳುವ ಅವಕಾಶವಿತ್ತು. ಈದಾದ ನಂತರವೇ ದಿನಪತ್ರಿಕೆ ಮತ್ತು ನಿಧಾನಗತಿಯಲ್ಲಿ ಅಂಚೆ ವ್ಯವಸ್ಥೆ ಕೂಡ ಆಯಿತು.
ಬಳಹ ಕಡಿಮೆ ವಯಸ್ಸಿನಲ್ಲಿಯೇ ಹಲವಾರು ಟ್ರೋಫಿ ಗೆದ್ದ ಕಿರಣ್ ಒಬ್ಬ ಪ್ರಸಿದ್ಧ ಕ್ರೀಡಾಪಟುಗಳಾಗಿದ್ದರು.
ಕಿರಣ್ ಮೊದಲ ಆಟೋಗ್ರಾಫ್‌ನ್ನು ಒಬ್ಬ ಯುವತಿಗೆ ಬರೆದು ಕೊಟ್ಟರು ಅದರಲ್ಲಿ 'ನೀವು ನಿಮ್ಮ ಜೀವನದಲ್ಲಿ ಅಸಾಮಾನ್ಯವಾಗಿರಿ' ಎಂದಿತ್ತು.
ನಂತರದ ದಿನಗಳಲ್ಲಿ ತನ್ನ ವಿಚಾರಗಳು ಚಾರಿತ್ರ್ಯಾರ್ಹವಾಗುತ್ತದೆ ಮತ್ತು ಹಲವಾರು ಪರೀಕ್ಷೆಗಳು ಬಂದು ಒದಗುವುದೆಂದು ಅವಳಿಗೆ ತಿಳಿದಿರಲಿಲ್ಲ. ನೀವು ನಿಮ್ಮ ಜೀವನದಲಿ ಅಸಾಮಾನ್ಯವಾಗಿರಿ – ಕಿರಣ್ ಪೇಶಾವರಿಯಾ।
Be Extra Ordinary in your life
Kiran Peshawaria

ಈ ಮ್ಯಾಚುಗಳ ಕಾರಣ ನಿಮ್ಮ ಪಾಠಗಳು ತಪ್ಪಿಹೋಗುವುದಲ್ಲವೇ ಆ ಸಮಯದಲ್ಲಿ ನೀವು ಕೋರ್ಸ್‌ಗಳನ್ನು ಯಾವ ರೀತಿ ಪೂರ್ಣಗೊಳಿಸುವಿರಿ.
ನಾನು ಪ್ರಯಾಣ ಮಾಡುವಾಗ ನನ್ನ ಪುಸ್ತಕ ಸಹ ತೆಗೆದುಕೊಂಡು ಹೋಗುತ್ತೇನೆ ಮತ್ತು ಸಂಜೆ ವೇಳೆ ಮ್ಯಾಚ್ ಮುಗಿದ ನಂತರ ಅಧ್ಯಯನ ಮಾಡುತ್ತೇನೆ. ಎಂತಹ ಕಠಿಣ ಪರೀಕ್ಷೆಯಾದರು ನಾನು ಚನ್ನಾಗಿ ತಯಾರಿ ಮಾಡಿಕೊಂಡು ಹೋಗುತ್ತೇನೆ.
ನೀವು ಟೆನ್ನಿಸ್ ಆಟವನ್ನು ಮೊದಲಿನಿಂದಲೂ ಆಡುತ್ತಿದ್ದಿರ
ಟೆನ್ನಿಸ್ ಆಟ ನಮ್ಮ ಕುಟುಂಬದವರೆಲ್ಲ ಆಡುತ್ತಿದ್ದ ಆಟ. ಅದರಲ್ಲಿ ಆಲ್‌ರೌಂಡ್ ಆಗುವುದು ಅವಶ್ಯ ನಾನು ಸರ್ಕಾರಿ ಕೆಲಸಕ್ಕೆ ಸೇರಲು ಬಯಸುತ್ತೇನೆ.
ಮಗು ನೀನೊಬ್ಬಳೇ ಪ್ರಯಾಣ ಮಾಡುವಾಗ ನಿನಗೆ ಭಯವಾಗುವುದಿಲ್ಲವೇ
ಇಲ್ಲ ಅಂಟ ನನ್ನಲ್ಲಿ ಬಹಳಷ್ಟು ಧೈರ್ಯ ತುಂಬಿ ಬೆಳಸಿದ್ದಾರೆ
ಪ್ರಪಂಚದಲ್ಲಿ ನೀನು ಯಾರನ್ನು ಹೆಚ್ಚಾಗಿ ಇಷ್ಟಪಡುವೆ
ಮಾರ್ಟಿನ್ ಲೂಥರ್ ಕಿಂಗ್ ಮತ್ತು ಇಂದಿರಾ ಗಾಂಧಿಯವರನ್ನು
ಬಿಡುವಿನ ವೇಳೆಯಲ್ಲಿ ನೀವು ಏನು ಮಾಡುತ್ತೀರ
ನನ್ನ ತಂಗಿಯರ ಜತೆ ಸೇರಿ ಸೈಕಲ್‌ನಲ್ಲಿ ಸುತ್ತಾಡುವೆ ಹಾಗೂ ನನಗೆ ಬಹಳ ಇಷ್ಟವಾದ ತಿಂಡಿ ತಿನಿಸುಗಳು ಮತ್ತು ಗೋಲ್ ಗಪ್ಪೆ ತಿನ್ನುತ್ತೇನೆ.
ಜೀವನದಲ್ಲಿ ನಿಮ್ಮ ಆದರ್ಶ ವಾಕ್ಯವೇನು
ನನ್ನ ಪೋಷಕರು ಹೆಮ್ಮೆ ಪಡುವಂತೆ ಮಾಡುವುದು

ಕಾಲೇಜಿನಿಂದ ಪದವಿ ಪಡೆದ ನಂತರ ಕಿರಣ್ ತನ್ನ ಮುಂದಿನ ಭವಿಷ್ಯವನ್ನು ರೂಪಿಸಲು ಯೋಜನೆಗಳನ್ನು ಹಾಕಿಕೊಂಡರು

ಕಾಲೇಜಿನಲ್ಲಿ ದಾಖಲಾತಿ ಪಡೆದ ನಂತರ ಕಿರಣ್ ಮೊದಲು ಭೇಟಿಯಾಗಿದ್ದು 'ಫ್ಲಾಯಿಂಗ್ ಸಿಖ್' ಮಿಲ್ಖಾ ಸಿಂಗ್ ಮತ್ತು ಅವರು ಪತ್ನಿ ನಿರ್ಮಲರನ್ನು ಆ ಸಮಯದಲ್ಲಿ ಮಿಲ್ಖಾ ಸಿಂಗ್



ಅಮ್ಮ ನಾನು ರಾಜ್ಯ ಶಾಸ್ತ್ರದಲ್ಲಿ ಎಂ.ಎ. ಮಾಡಬೇಕೆಂಬ ಇಚ್ಛೆಯಿದೆ. ಅದಕ್ಕಾಗಿ ನಾನು ಛಂಡಿಗಡ್‌ಗೆ ಹೋಗಬೇಕಾಗಿದೆ ಮತ್ತು ನನಗೆ ಸ್ಕಾಲರ್‌ಶಿಪ್ ಸಿಗುತ್ತದೋ ಇಲ್ಲವೋ ಎಂಬುದನ್ನು ತಿಳಿಯಲು ಕುಲಪತಿಗಳಾದ ಶ್ರೀ ಸೂರಜ್ ಭಾನ್ ಅವರನ್ನು ಭೇಟಿ ಮಾಡಬೇಕು.

ಹೋಗಿ ಬಾ ಮಗು ಜಯ ನಿನ್ನದಾಗಲಿ.



ಪಂಜಾಬ್ ವಿಶ್ವವಿದ್ಯಾಲಯು ನಿಮಗೆ ಓದುವುದರ ಜೊತೆಗೆ ಕ್ರೀಡೆಗೆ ಸ್ಕಾಲರ್‌ಶಿಪ್ ನೀಡಿ ಹೆಮ್ಮೆ ಪಡುತ್ತಿದೆ. ನಾವು ಕೂಡ ಇದನ್ನು ಮೊದಲ ಬಾರಿಗೆ ಮಾಡಬೇಕು ಏಕೆಂದರೆ ಈ ವರೆಗೂ ನಮ್ಮ ಯಾವ ವಿದ್ಯಾರ್ಥಿಗಳು ಈ ಕ್ಷೇತ್ರದಲ್ಲಿ ಮೊದಲನೇ ಸ್ಥಾನ ಪಡೆದಿಲ್ಲ.


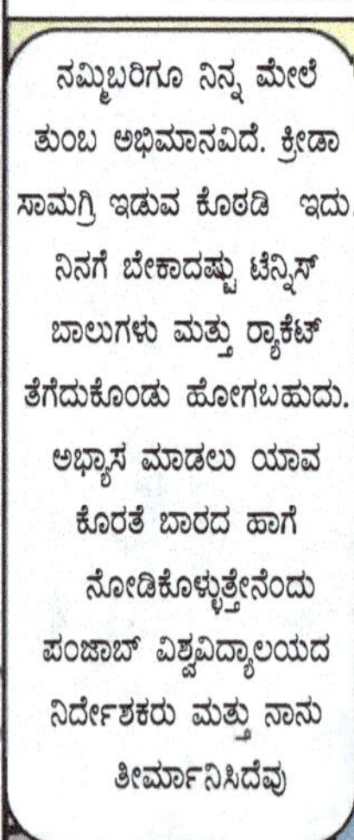

ನಮ್ಮಿಬರಿಗೂ ನಿನ್ನ ಮೇಲೆ ತುಂಬ ಅಭಿಮಾನವಿದೆ. ಕ್ರೀಡಾ ಸಾಮಗ್ರಿ ಇಡುವ ಕೊಠಡಿ ಇದು ನಿನಗೆ ಬೇಕಾದಷ್ಟು ಟೆನ್ನಿಸ್ ಬಾಲುಗಳು ಮತ್ತು ರ್‍ಯಾಕೆಟ್ ತೆಗೆದುಕೊಂಡು ಹೋಗಬಹುದು. ಅಭ್ಯಾಸ ಮಾಡಲು ಯಾವ ಕೊರತೆ ಬಾರದ ಹಾಗೆ ನೋಡಿಕೊಳ್ಳುತ್ತೇನೆಂದು ಪಂಜಾಬ್ ವಿಶ್ವವಿದ್ಯಾಲಯದ ನಿರ್ದೇಶಕರು ಮತ್ತು ನಾನು ತೀರ್ಮಾನಿಸಿದೆವು

ವಿಶ್ವವಿದ್ಯಾಲಯದಲ್ಲಿ ಕಿರಣ್ ಸ್ವತಃ ತನ್ನ ಕೆಲಸಗಳ ಬಗ್ಗೆ ದಕ್ಷತೆ ವಹಿಸಿದ್ದಳು. ಉತ್ಸುಕ ವಿದ್ಯಾರ್ಥಿ ಆಗಿದ್ದ ಕಿರಣ್ ಸಿಗುವ ಪ್ರತಿಯೊಂದು ಅವಕಾಶಗಳನ್ನು ಸರಿಯಾಗಿ ಉಪಯೋಗಿಸುವ ಜತೆಗೆ ಹೊಸ ಹೊಸ ಅವಕಾಶವನ್ನು ಸೃಷ್ಟಿಸಿಕೊಳ್ಳುತ್ತಿದ್ದಳು. ಅವಳ ದಿನಚರಿಯು ಪ್ರಿಯವಾದ ಅಂಗಡಿಯಿಂದ ತಂದ ಬಾಳೆ ಹಣ್ಣು ಮತ್ತು ಹಾಲಿನಿಂದ ಪ್ರಾರಂಭವಾಗುತ್ತಿತ್ತು.

ಇದೇ ಮೊದಲ ಬಾರಿ ಕಿರಣ್ ಮನೆಯಿಂದ ದೂರವಾಗಿ ಹಾಸ್ಟೆಲಿನಲ್ಲಿ ಇದ್ದದ್ದು. ಅಲ್ಲಿ ದೊರೆಯುವ ಸವಲತ್ತುಗಳನ್ನು ಯಾವ ರೀತಿ ಉಪಯೋಗಿಸಿಕೊಳ್ಳಬೇಕೆಂದು ಅವಳು ಚನ್ನಾಗಿ ಅರಿತುಕೊಂಡಳು. ಅಲ್ಲೇ ಸೂಜಿ ದಾರದಿಂದ ಸ್ಕರ್ಟ್ ಮುಂತಾದವುಗಳನ್ನು ಹೊಲಿಯಲು ಸಹ ಕಲಿತರು.

ಅವಳು ಕಾಲೇಜಿನ ಸಮಾರಂಭಗಳಲ್ಲಿ ಬಹಳ ಸಂತೋಷಪಡುತ್ತಿದ್ದಳು. ಅವಳಿಗೆ ಒಂದು ಅವಕಾಶ ಪಡೆಯುವ ಇಚ್ಛೆ ಕೂಡ ಇತ್ತು.

ನಿದ್ದೆ ಬಾರದೆ ಇದ್ದಾಗ ಹೊರಗಡೆ ವೃಕ್ಷಗಳ ಕೆಳಗೆ ಕುಳಿತು ವಿದ್ಯಾಭ್ಯಾಸ ಮಾಡುತ್ತಿದ್ದಳು.

ಅತ್ಲೆಟಿಕ್ಸ್ ಆಟಗಳಲ್ಲಿ ಸಹ ಚನ್ನಾಗಿ ಭಾಗವಹಿಸುತ್ತಿದ್ದಳು.

ದೆಹಲಿಯಲ್ಲಿ ನಡೆದ ಕಾಮನ್ ವೆಲ್ತ್ ಆಫ್ ಎಕ್ಸ್‌ಚೇಂಜ್ ಸ್ಟುಡೆಂಟ್ಸ್‌ನಲ್ಲಿ ಪಂಜಾಬ್ ವಿಶ್ವವಿದ್ಯಾಲಯದ ಪ್ರತಿನಿಧಿತ್ವ ವಹಿಸಿದ್ದರು.

**CAMPUS GIRL BAGS 'DOUBLE' IN DELHI TENNIS**

Kiran Peshawarla, a student of this campus won a double crown in the Delhi Hard Court Tennis Championships held recently at the NSCI Courts from October 12—20.

In the Ladies singles, Kiran had no difficulty in putting it past Manju Gupta at 6—3, 6—4. For Kiran it was sweet revenge as she had been beaten earlier by Manju Gupta in the National Championship.

"I had gone to Delhi, determined to win the Championship", says Kiran, a regular and familiar figure on the Campus Tennis Courts. Her short hair muffled by the stiff breeze that blew across the court, a wide grin on her face, Kiran said that she was very happy that she had won.

ಅಮೃತ್‌ಸರ್‌ನಲ್ಲಿ ಲೂನಾ ಮೊಪೆಡ್ ಮೇಲೆ ಸವಾರಿ ಮಾಡಿದ ಮೊಟ್ಟ ಮೊದಲ ಮಹಿಳೆ ಕಿರಣ್ ಆಗಿದ್ದರು.

ಒಬ್ಬ ಪ್ರಾಯದ ಶಿಕ್ಷಕಿಯಾದ ಕಾರಣ ಕಿರಣ್ ಹಳೆಯ ಪದ್ಧತಿಯನ್ನು ಬಿಟ್ಟು ವಿದ್ಯಾರ್ಥಿಗಳು ಸ್ವತಃ ಶಿಕ್ಷಕಿ ಆಗುವ ಹಾಗೆ ಪ್ರೇರಣೆ ನೀಡಿದರು. ಇದರಿಂದ ವಿದ್ಯಾರ್ಥಿಗಳಲ್ಲಿ ಆತ್ಮವಿಶ್ವಾಸ ಹೆಚ್ಚಾಯಿತು.

ಮತ್ತೊಮ್ಮೆ ಕಿರಣ್ ಮೆಚ್ಚುಗೆಗೆ ಪಾತ್ರರಾದರು. ಅವರ ಸಹುದ್ಯೋಗಿಗಳಲ್ಲಿ ಉತ್ಸಾಹ ಹೆಚ್ಚಿದರು. ವಿದ್ಯಾರ್ಥಿಗಳು ಅವರನ್ನು ರೋಲ್ ಮಾಡಲ್ (ಆದರ್ಶ) ಎಂದು ನಂಬಿದ್ದರು. ಅವರು ಆಲೌರೌಂಡರ್ ಆಗಿದ್ದರು. ಸಿವಿಲ್ ಸರ್ವೀಸ್ ಪರೀಕ್ಷೆ ಬರೆಯಲು ತಯಾರಿ ನಡೆಸುತ್ತಿದ್ದ ಕಾಲೇಜಿನಲ್ಲಿ ಬೋಧನೆಯನ್ನು ಸಹ ಮಾಡುತ್ತಿದ್ದರು. ಇಷ್ಟೆಲ್ಲಾ ಇದ್ದರೂ ಸಹ ಟೂರ್ನಾಮೆಂಟುಗಳಲ್ಲಿ ಭಾಗವಹಿಸುತ್ತಿದ್ದರು.

ಮ್ಯಾಮ್ ಒಂದೇ ಸಮಯ ನೀವು ಇಷ್ಟೆಲ್ಲಾ ಕೆಲಸಗಳನ್ನು ಹೇಗೆ ಮಾಡುವಿರಿ?
ನಾನು ಚಿಕ್ಕವಳಿದ್ದಾಗಲೇ ಒಂದೇ ಸಮಯಯಲ್ಲಿ ಬೇರೆ ಬೇರೆ ಕೆಲಸಮಾಡುವ ರೂಡಿ ಇಟ್ಟುಕೊಂಡಿದ್ದ
ಮ್ಯಾಮ್ ಸದಾ ನೀವು ಪ್ಯಾಂಟು ಶರ್ಟು ಹಾಕಿಕೊಂಡಿರುವಿರಿ ಒಮ್ಮೆಯಾದರೂ ಸೇರೆ ಉಡುವುದಿಲ್ಲವೇ?
ನಾನು ಹೆಚ್ಚಾಗಿ ಹೊರಗೆ ತಿರುಗಾಡುವವಳು ಹಾಗೆಯೇ ಆಟಗಳನ್ನು ಸಹ ಆಡುತ್ತೇನೆ, ಸೈಕಲ್ ತುಳಿಯುತ್ತೇನೆ. ಇಂತಹ ಕಾರ್ಯಗಳಿಗೆ ಪ್ಯಾಂಟೇ ಉತ್ತಮ. ಅದ್ದರಿಂದ ಇದುವರೆಗೂ ಸೀರೆ ಉಟ್ಟುಕೊಂಡಿಲ್ಲ.
ನಿಮಗೆ ಅವಕಾಶ ಸಿಕ್ಕರೆ ನೀವು ಪರದೇಶಕ್ಕೆ ಹೋಗಬಹುದೆ?
ಹೊಮ ಭೇಟಿ ನೀಡಲಿಕ್ಕೆ ಮತು ಸುತಾಡಿಕೊಂಡು ಬರಲು ಹೋಗುವೆ ಆದರೆ ಅಲ್ಲಿಯೇ ನೆಲೆಸಲು ಹೋಗುವುದಿಲ್ಲ
ನೀವು ಸಿವಿಲ್ ಸರ್ವಿಸ್ ಪರೀಕ್ಷೆ ಬರೆಯಲು ತಯಾರಿ ನಡೆಸುತ್ತಿರುವಿರಿ ಅವುಗಳಲ್ಲಿ ಯಾವ ಸರ್ವೀಸ್‌ಗೆ ಸೇರಲು ಬಯಸುವಿರಿ
ನನ್ನ ಪ್ರಥಮ ಪ್ರಧಾನ್ಯ ಐಪಿಎಸ್‌ಗೆ ಅದೇ ಒಂದು ಸರ್ವೀಸ್ ತ್ವರಿತ ನ್ಯಾಯ ನೀಡುವ ಮಾರ್ಗ
ನಿಮ್ಮ ಆದರ್ಶ ಪುರುಷರು ಯಾರು?
ಗಂಡು ಹೆಣು ಎಂದು ಬೇದ ಭಾವ ಮಾಡದೆ ಸಂಸ್ಮಾನವಾಗಿ ಕಾಣುವ ವ್ಯಕ್ತಿ
ನೀವು ಹಣಕಾಸಿಗೆ ಎಷು ಮಹತ್ವ ನೀಡುವಿರಿ?
ನನ್ನ ಆವಶ್ಯಕತೆಗಳನ್ನು ಪೂರೈಸಲು ಎಷ್ಟು ಬೇಕೊ ಅಷ್ಟೆ ಬಳಸುತ್ತೇನೆ ಹೆಚ್ಚಿನ ಹಣ ಕೂಡಿ ಇಡುತ್ತೇನೆ

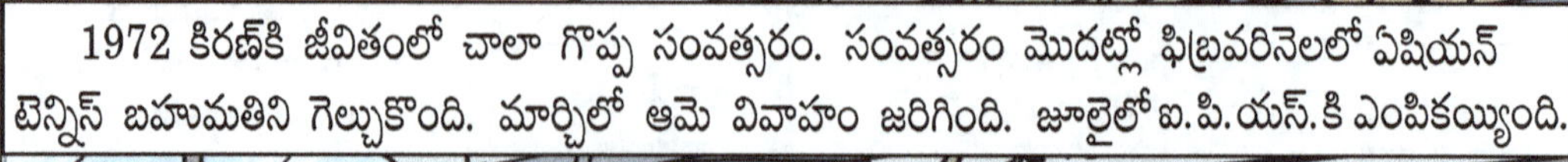

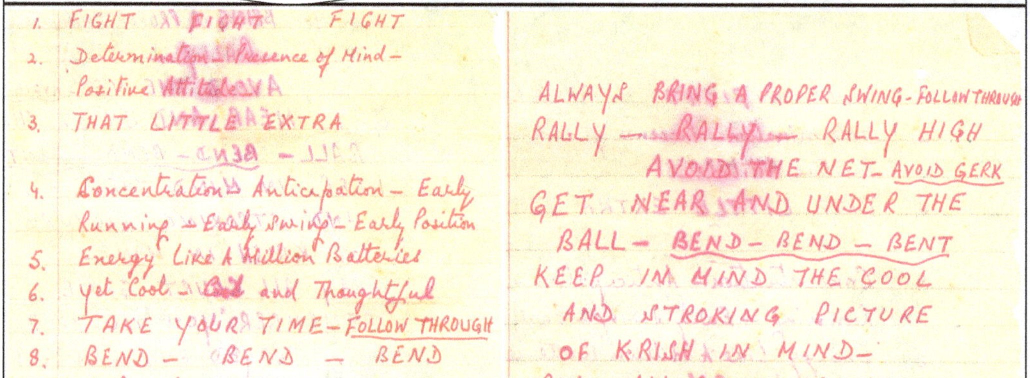

1972 కిరణ్‌కి జీవితంలో చాలా గొప్ప సంవత్సరం. సంవత్సరం మొదట్లో ఫిబ్రవరినెలలో ఏషియన్ టెన్నిస్ బహుమతిని గెలుచుకొంది. మార్చిలో ఆమె వివాహం జరిగింది. జూలైలో ఐ.పి.యస్.కి ఎంపికయ్యింది.



పూణే చాంపియన్ షిప్ గురించి వెళ్ళే సమయంలో కిరణ్ వాళ్ళ తండ్రి కొన్ని కోచింగ్ టిప్స్ ఒక కాగితం పైన వ్రాసి యిచ్చారు.



బాబూ!
నీవు దీనిని జేబులో ఉంచుకో.
నీవు ఎప్పుడైతే కాగితాన్ని తాకుతావో అప్పుడు నా మార్గనిర్దేశాలు గుర్తుకొస్తాయి. ఇహవెళ్ళి విజయం సాధించు. నా ఆశీస్సులు నీతోపాటు ఉంటాయి.



1. FIGHT    FIGHT    FIGHT
2. Determination — Presence of Mind — Positive Attitude
3. THAT LITTLE EXTRA
4. Concentration — Anticipation — Early Running — Early Swing — Early Position
5. Energy Like A Million Batteries
6. Yet Cool and Thoughtful
7. TAKE YOUR TIME — FOLLOW THROUGH
8. BEND — BEND — BEND
9. Relaxed Limbs
10. Stroke High For GOOD LENGTH
11. ALWAYS KEEP OPPONENT OUT SIDE THE BASELINE
12. PASS VERY CALMLY DOWN THE LINE OR LOB WELL
13. SERVE — THROW — SWING WELL — BODY WEIGHT — OVER THE SERVICE LINE

ALWAYS BRING A PROPER SWING - FOLLOW THROUGH
RALLY — RALLY — RALLY HIGH
AVOID THE NET - AVOID GERK
GET NEAR AND UNDER THE BALL - BEND - BEND - BENT
KEEP IN MIND THE COOL AND STROKING PICTURE OF KRISH IN MIND —
PLAY ALL COURT GAME
REMEMBER YOU YOURSELF HAVE PLAYED AND WON GREAT FINALS WHICH HAVE BEEN ACKNOWLEGED NEAR WORLDCLSS
GOOD LUCK AND MY BLESSINGS ARE WITH YOU

# Kiran Peshawaria Is Asia Women's Tennis Champion

POONA, February 12 (UNI, PTI)—Top-seeded Kiran Peshawaria emerged as the women's champion in the Asian Tennis Tournament [de]feating the No. 2 seed Susan Das 6-2, 6-0 here today.

Susan was unable to find her touch against the brilliant all-court game of Kiran.

Kiran began in right earnest. After keeping her service, she broke through in the very second game to lead 2-0. She again had another break-through in the eighth game and won easily at 6-2.

In the second set, she broke through in the second game and after that Susan hardly put up any fight. She failed to keep even one service. It was only in the first set that Susan tried to battle it out. Kiran, more experienced and playing well-controlled strokes made Susan run from end to end. Susan also missed some simple placements and on most occasions she was hitting the ball directly to Kiran instead of varying the direction.

The Amrithraj brothers, Anand and Vijay, established themselves as the nation's top pair today by beating the top-seeded Davis Cup pair of Premjit Lall and Jaideep Mukherjea in a thrilling four-setter in an hour and a half.

Anand and Vijay had beaten Lall and Jaideep earlier as well as Lall and Krishnan. They could have won in straight games today but for some infirm and indecisive strokes by Anand, who was brilliant and erratic in patches.

Vijay and Anand, having broken through the initial services of both Lall and Mukherjea in the first set, were leading 3-0. They became over-confident and that was responsible for the set going over the tie-breaker.

Vijay Amrithraj also looks well set for a double as he should be able to repeat his recent success over Jaideep at Indore in the singles final. Kiran Peshawaria is another player with a good chance for a double. She is in the mixed doubles final and may clinch the title.

Rekha Dube and Uday Kumar took the women's doubles title defeating Susan Das and Shobha Pawar in three sets. This was a rather poor match in which also the steadiness of Rekha and Uday won the day. Uday was best of the four players, and played some good ground strokes.

**KIRAN PESHAWARIA**

ಈ ಓಡಾಟದಲ್ಲಿ ಕಿರಣ್‌ಗೆ ಪ್ರೇತಿಸಲು ಅವಕಾಶ ಸಿಕ್ಕಿತು. ಟಿನ್ನಿಸೇ ಅವಳಿಗೆ ತನ್ನ ಗಂಡನಾಗುವ ವ್ಯಕ್ತಿಯನ್ನು ಸಂಧಿಸುವ ಮಾಧ್ಯಮವಾಯಿತು. ಕಿರಣ್ ಮನಸ್ಸನ್ನು ಗೆದ್ದ ವ್ಯಕ್ತಿ ಜತೆಯಲ್ಲೇ ಟೆನ್ನಿಸ್ ಆಟಗಾರರಾಗಿದ್ದರು. ಅವರು ಎ.ಸಿ. ಸರ್ವೀಸ್ ಕ್ಲಬ್‌ನ ಮೆಂಬರ್ ಸಹ ಆಗಿದ್ದರು.

ಕಿರಣ್ ಮತ್ತು ಬ್ರಿಜ ಇಬ್ಬರು 8ಮಾರ್ಚ್ 1972ರಲ್ಲಿ ಮದುವೆಯಾದರು. ಮದುವೆ ಒಂದು ದೇವಾಲಯದಲ್ಲಿ ಆಯಿತು. ಎರಡೂ ಪಕ್ಷದವರು ಆಶೀರ್ವಾದ ನೀಡಿದರು. ವರದಕ್ಷಣೆ ಕೊಡಲೂ ಇಲ್ಲ ತೆಗೆದುಕೊಳ್ಳಲು ಇಲ್ಲ. ಮಿತ್ರರು, ಬಂಧು ಬಾಂಧವರನ್ನು ಕರೆದು ಆರತಾಕ್ಷತೆ ಮಾಡಿದರು. ಅದರ ಖಚು–ವೆಚ್ಚವನ್ನು ಕರಿಣ್ ಮತ್ತು ಬ್ರಿಜ್ ನೋಡಿಕೊಂಡರು.

ಜುಲೈ 1972 ಕಿರಣ್ ಇತಿಹಾಸ ನಿರ್ಮಿಸಿದಳು. ಆಕೆ ಆಫೀಸರ್ ರ್ಯಾಂಕಿಗೆ ಇಂಡಿಯನ್ ಪೊಲೀಸ್ ಸರ್ವಿಸ್‌ನಲ್ಲಿ ಬಡ್ತಿ ಹೊಂದಿದರು. ಇವರೇ ಭಾರತೀಯ ಮೊಟ್ಟ ಮೊದಲ ಐಪಿಎಸ್ ಅಧಿಕಾರಿಯಾದ ಮಹಿಳೆ.
ಕಿರಣ್ ಮತ್ತು ಆಕೆಯ ಸಹಪಾಠಿಗಳು ಆಲ್ ಇಂಡಿಯಾ ಸಿವಿಲ್ ಸರ್ವಿಸ್ ಫೌಂಡೇಶನ್ ಕೋರ್ಸ್‌ನ ತರಬೇತಿ ಪಡೆದರು. ಆಕಾಡೆಮಿಗೆ ಬಂದ ಒಂದು ತಿಂಗಳು ನಂತರ ಕಿರಣ್ ಒಂದು ಫೋನ್ ಬಂತು ಅದು ಆವಾಗಿನ ಗೃಹಮಂತ್ರಿಗಳ ಭೇಟಿ ಆಗುವ ಬಗ್ಗೆ
ಕಿರಣ್ ನಿನ್ನನ್ನು ದಿಲ್ಲಿಗೆ ಕರೆಯಲಾಗಿದೆ. ಅಲ್ಲಿ ನೀನು ಕೇಂದ್ರೀಯಾ ಗೃಹಮಂತ್ರಿಗಳನ್ನು ಭೇಟಿ ಆಗಬೇಕು
ಸರಿ
ಕಿರಣ್ ಈ ವಿಚಾರವನ್ನು ಆಕಾಡೆಮಿಯಲ್ಲಿ ತನ್ನ ಸ್ನೇಹಿತರಿಗೆ ಹೇಳಿಕೊಂಡರು
ನೀನು ನಿನ್ನ ಮನಸ್ಸನ್ನು ಬದಲಾಯಿಸಬೇಡ ನಾವೆಲ್ಲರೂ ನಿನ್ನನ್ನು ಐಪಿಎಸ್ ಮಹಿಳಾ ಅಧಿಕಾರಿಯನ್ನಾಗಿ ನೋಡುವ ಆಸೆ ಇದೆ.
ನಿಮಗೇನು ಅನ್ನಿಸುತ್ತದೆ. ನಾನು ಹಾಗೇನಾದರೂ ಮಾಡುವಳೇ ಬಂಡಿತ ಅಂತಹ ಕೆಲಸವನ್ನು ಮಾಡುವುದಿಲ್ಲ.
ಕಿರಣ್ ನಿನಗೆ ಗೊತ್ತಿರುವ ಹಾಗೆ ಐಪಿಎಸ್‌ನಲ್ಲಿ ಎಂದೂ ಮಹಿಳೆಯನ್ನು ಅಧಿಕಾರಿಯನ್ನಾಗಿ ಮಾಡಿಲ. ಏಕೆಂದರೆ ಈ ಕೆಲಸ ಬಹಳ ಕಠಿಣವಾದದ್ದು. ನೀವು ಮತ್ತೊಮ್ಮೆ ಇದರ ಬಗ್ಗೆ ವಿಚಾರ ಮಾಡಲು ಇಚ್ಛಿಸುವಿರ.
ಇಲ್ಲ ಸರ್ ಇಂಡಿಯನ್ ಪೊಲೀಸ್ ಸರ್ವಿಸೇ ನನಗೆ ಬೇಕು ಇದರ ಬಗ್ಗೆ ಬೇರೆ ಮಾತಿಲ್ಲ. ನಾನು ನನ್ನ ತೀಮಾನಕ್ಕೆ ಬದ್ಧಳಾಗಿರುವೆ
K.C. PANT

ಇದು ಆಕೆಯ ಪ್ರಥಮ ಛಾಯಾ ಚಿತ್ರ ನ್ಯಾಷನಲ್ ಪೋಲಿಸ್ ಆಕಾಡೆಮಿ ಮೌಂಟು ಅಬ್ಬುದಲ್ಲಿ ರಾಜಸ್ಥಾನದಲ್ಲಿ ತೆಗೆದದ್ದು
ಮೊದಲ ಮಹಿಳೆ ಪೋಲೀಸ್ ಅಧಿಕಾರಿ ಅಂತ ಮಾಧ್ಯಮದವರು ಆಕೆಯ ಸಂದರ್ಶನ ತೆಗೆದುಕೊಳ್ಳುತ್ತಿದ್ದರು.
ಇಂಡಿಯನ್ ಪೋಲೀಸ್ ಸರ್ವೀಸ್‌ಗೆ ಸೇರಬೇಕೆಂದು ನೀವು ಇಷ್ಟೊಂದು ಪಟ್ಟು ಏಕೆ ಹಿಡಿದದ್ದು. ನಿಮಗೆ ಬೇರೆ ಸರ್ವೀಸ್‌ಗಳ ಅವಕಾಶ ಕೂಡ ಇತ್ತಲ್ಲವೇ.
ಪೋಲೀಸ್ ಕೆಲಸ ನನ್ನ ಪ್ರಕಾರ ನೋಡಿದರೆ ಅನ್ಯಾಯ ತಡೆಯುವ ಒಂದು ಅಧಿಕಾರಸ್ಥಾನ ಸುಧಾರಣೆ ತರಿಸುವ ಪ್ರಾಬಲ್ಯ ನೀಡುವ ಸ್ಥಳ ತತ್ಕಾಲಿಕ ನ್ಯಾಯ ಮಾಡಬಹುದು ಹಾಗೆಯೇ ಮಾಡುವುದೇ ನನ್ನ ಮಿಷನ್ ಕೂಡ
ನೀವು ವೊದಲ ಬಾರಿಗೆ ಮಹಿಳೆ ಪೋಲೀಸ್ ಅಧಿಕಾರಿ ಆಗುತಿರುವ ಕಾರಣ ಇವರು ನಿಮಗೆ ಹೊಸ ಸಮವಸ್ತ್ರವನ್ನು ನೀಡಲಿರುವರು
ಸಮವಸ್ತ್ರವನ್ನು ಧರಿಸಲು ನನಗೆ ಯಾವುದೇ ರೀತಿಯ ಮುಜುಗರ ಇಲ್ಲ. ಸದಾ ನಾನು ಟ್ರಾಕ್ ಸೂಟ್ ಮತ್ತು ಎನ್‌ಸಿಸಿ ಸಮವಸ್ತ್ರವನ್ನು ಧರಿಸುತ್ತಿದ್ದೆ
ನೀವು ವಾಸಮಡು ಕ್ವಾಟ್ರ್ಸ್ ಹೇಗಿರಬೇಕು
ವೊದಲಿನಂತೆ ಟೆನ್ನಿಸ್ ಆಡುತ್ತಿದ್ದ ಡೋರ್ಮಿಟರಿಜ್ ಜತೆ ಹೇಗೆ ಇದ್ದೇನೋ ಈಗಲೂ ಅದೇ ರೀತಿ ವಿಶಿಷ್ಟರ ಜೊತೆ ಸಭೆ ನಡೆಸುತ್ತೇನೆ
ಆದರೆ ಹೊರಗಿನ ತರಬೇತಿ ನೀಡಲು ನಿನಗೋಸ್ಕರ ಬೇರೆ ಪ್ರೋಗ್ರಾಮ್ ವ್ಯವಸ್ಥೆ ಮಾಡುತ್ತಿದ್ದಾರೆ.
ಆದರೆ ಇಂತಹ ತರಬೇತಿಗಳು ಏಕೆ ಬೇಕು. ಚುರುಕು ಮತ್ತು ಆರೋಗ್ಯವಾಗಿ ಇರಲು ನಾಮ ಸದಾ ವ್ಯಾಯಾಮವನ್ನು ಮಾಡುತ್ತಿದ್ದೆ ಮತ್ತು ಟೆನ್ನಿಸ್ ಪ್ರತಿಸ್ಪರ್ಧೆಯಲ್ಲು ಸಹ ಭಾಗವಹಿಸುತ್ತಿದ್ದೆ.

ರೈಫಲ್ ಟ್ರೇನಿಂಗ್‌ನೇ ಇರಲಿ
ಅಥವಾ ಟಾರ್ಜೆಟ್ ಪ್ರಾಕ್ಟೀಸ್ ಇರಲಿ
ಅಥವಾ ಮೌಂಟೆಡ್ ಪೊಲೀಸ್ ಸ್ಕ್ವಾಡ್ ಇರಲಿ
ಅಥವಾ ಕುದುರೆಸವಾರಿ ಇರಲಿ
ಆಕಾಡೆಮಿಯಲ್ಲಿ ಕಿರಣ್ ತನ್ನ ಗಂಡ ಬ್ರಿಜ್ ಜತೆಯಲಿ

# INDIAN GIRLS BEAT SRI LANKA

**COLOMBO, Aug 28.—**India swept to an unbeatable 3-0 lead on the opening day of their inaugural women's tennis tie against Sri Lanka here yesterday, says PTI.

Indian women won both singles matches and the doubles event in straight sets.

Mrs Kiran Bedi began the spell of success for India when she defeated Miss Mala Fernando 6-2, 6-4.

Mrs Bedi carried far too many strokes and power for the local girl who got closest to challenging the Indian girl in second set when she pulled up to 4-5 after being down 1-4.

Miss Udaya Kumar then defeated Miss Srima Abeygoonawardena 3-6, 6-2.

In the doubles the attacking combination of Mrs Susan Das and Miss Udaya Kumar whipped the Sri Lanka pair Mrs Wendy Molligoda and Oosha Chanmugam 6-3, 6-1 in 35 minutes.

ತರಬೇತಿಯ ನಂತರ ದಿಲ್ಲಿ ಪೊಲೀಸ್ ಕೆಲಸಕ್ಕೆ ನಿಯುಕ್ತಿ ಆದ ನಂತರ ಕಿರಣ್ ರಿಪಬ್ಲಿಕಡೇ ಪರೇಡ್ (26 ಜನವರಿ 1975) ಪೊಲೀಸ್ ಸಂಘದ ನೇತೃತ್ವವನ್ನು ವಹಿಸುವ ಜವಬ್ದಾರಿ ದೊರೆಯಿತು.

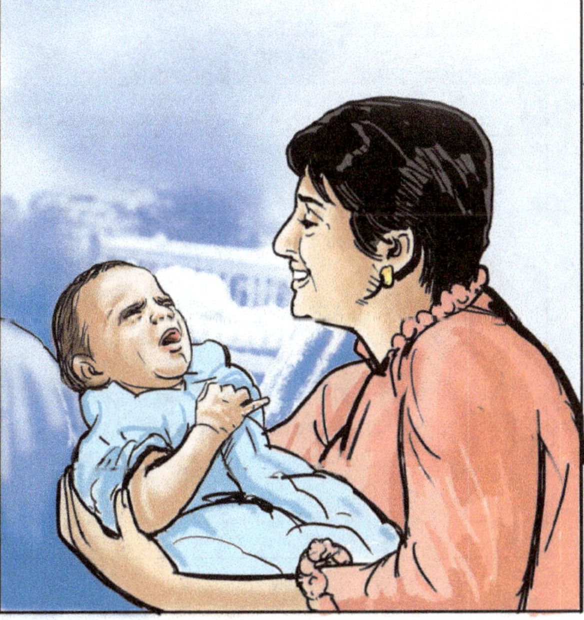

ಪರೇಡ್ ನಂತರ ಕಿರಣ್‌ನನ್ನು ತಾಯಿ ಹೆಮ್ಮೆಯಿಂದ ಅಪ್ಪಿಕೊಂಡರು

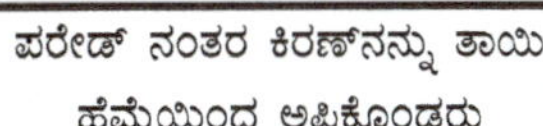

ಸೆಪ್ಟೆಂಬರ್ 1975ರಲ್ಲಿ ಕಿರಣ್ ಒಂದು ಕೂಸಿನ ತಾಯಿ ಆದಳು.

# ಇದೇ ಮಾಲಿಕೆಯಲ್ಲಿ ಇನ್ನು ಮುಂದೆ
## ಕಿರಣ್ ಬೇಡಿ: ಟಾಪ್ ಕಾಪ್ ಆದ ವರ್ಷ

1979ರಲ್ಲಿ ಇಂಡಿಯಾ ಗೇಟ್ ಹತ್ತಿರ ನಡೆಯುತ್ತಿದ್ದ ಆಚಿದೋಲನವನ್ನು ಸಫಲವಾಗಿ ನಿಯಂತ್ರಿಸಿದ ಆಕೆಯ ಶೌರ್ಯಕ್ಕೆ ರಾಷ್ಟ್ರಪತಿ ಪದಕ ಸಿಕ್ಕಿತು

**1982**ರಲ್ಲಿ ಏಶಿಯನ್ ಗೇಮ್ಸ್‌ನಡೆಯುತ್ತಿದ್ದಾಗ ಟ್ರಾಫಿಕ್ ಸಮಸ್ಯೆಯನ್ನು ನಿವಾರಿಸಿ ನಿಧಾನವಾಗಿ ದೆಹಲಿಯ ನಿರೀಕ್ಷಣ ಪದವಿಗೆ ಬಂದ ಕಿರಣ್ ಬೇಡಿ

1994 ಮನೀಲಾದಲ್ಲಿ ರೈಮನ ಮೆಗಾಸ್ಸೆ ಪುರಸ್ಕರಾವನ್ನು ಪಡೆದರು ಅದು ಏಶಿಯನ್ ನೋಬಲ್ ಪ್ರಶಸ್ತಿ ಸರಿಸಮಾನವಾದದ್ದು

ತಿಹಾಡ್ ಜೈಲಿನಲ್ಲಿ ಇನ್ಸ್ಪೆಕ್ಟರ್ ಜನರಲ್ ಆಗಿದ್ದರು

2003–2005ರಲ್ಲಿ 'ಶಾಂತಿ ಅಭಿಯಾನ' ದ ಮೂಲಕ ಯೂನೈಟ್ಡ್ ನೇಷನ್ಸ್ (ನ್ಯೂಯಾರ್ಕ್‌ನಲ್ಲಿ) ಸಕ್ರೇಟರಿ ಜನರಲ್ ಪೊಲೀಸ್ ಆಗಿ ನಿಂತಿರುವ ಚಿತ್ರ